Tula ng Pagibig

Compilation of spoken poetry

Ms.LovelyPrincess

Ukiyoto Publishing

All global publishing rights are held by

Ukiyoto Publishing

Published in 2022

Content Copyright © Ms.LovelyPrincess

ISBN 9789367954607

All rights reserved.
No part of this publication may be reproduced, transmitted, or stored in a retrieval system, in any form by any means, electronic, mechanical, photocopying, recording or otherwise, without the prior permission of the publisher.

The moral rights of the author have been asserted.

This is a work of fiction. Names, characters, businesses, places, events, locales, and incidents are either the products of the author's imagination or used in a fictitious manner. Any resemblance to actual persons, living or dead, or actual events is purely coincidental.

This book is sold subject to the condition that it shall not by way of trade or otherwise, be lent, resold, hired out or otherwise circulated, without the publisher's prior consent, in any form of binding or cover other than that in which it is published.

www.ukiyoto.com

Sa mga taong nagmamahal, nasasaktan at nahihirapan

CONTENTS

Sa Pag Ibig	1
Sa Wakas	5
Pagmamahal	9
Kanser Na Pagibig	14
Pagibig, Kamusta?	16
Bitter	18
Sigaw Ng Pagibig Tulong!	19
"Torpe"	20
Paasa	22
Ito Ba Ang Pagibig?	24
"Ldr"	26
Takot Ako	29
Mahal Kita, Pero Pagod Na Ako	36
Nagmamahal at Minamahal	40
Hindi Lang Saging ang may puso (Himing ng Gitara)	43
Di Magsisisi	45
Iibang beses na ba?	47
About the Author	*49*

Sa Pag Ibig

Kung magkataon na tawagin ka ng pag-ibig, sumunod ka,

Kahit pa ang daan niya'y mahirap at matarik.

At kung yakapin ka ng kanyang mga pakpak ay magpaubaya ka,

Kahit pa ang mga punyal na nakatago sa kanyang mga balahibo ay kaya kang sugatan.

At kung mangusap siya sa iyo ay maniwala ka,

Kahit pa ang kanyang tinig ay kayang durugin ang iyong mga pangarap

Tulad ng pagsira ng hanging habagat sa mga halamanan.

Sapagkat kung paano ka parangalan ng pagibig ay ganoon ka din niya ipapako sa Krus.

'Pagkat kahit pa siya'y para sa iyong paglago ay ganun din siya para sa iyong pagka-bulok.

Kahit pa pinayayabong ka nito sa iyong pinaka-mataas at hinahaplos ng liwanag nito ang iyong mga sanga,

Ganoon din niya huhugutin ang iyong mga ugat mula sa pagkakabaon nito sa lupa.

Tulad ng mga butil ng mais ay itinatali ka nito sa kanyang sarili.
Binabayo ka niya upang mahubdan
Ginigiling hanggang sa kuminis.
Minamasa hanggang sa lumambot
At ika'y kanyang isasalang sa kanyang banal na apoy, upang ika'y maging banal na alay na ihahain sa banal na pista ng Panginoon.

Ang lahat ng ito'y gagawin ng pagibig upang malaman mo ang mga lihim ng iyong puso, at sa kaalamang iyon ay maging bahagi ng puso ng buhay.

Ngunit kung sa iyong pagkatakot ay hanapin mo lamang ang kapayapaan at kasiyahan ng pagibig,
Ay mabuti pang ika'y magbihis at lumiban sa kanyang giikan,
Sa isang mundong walang kulay kung saan ikaw ay tatawa, ngunit hindi

lahat ng iyong kasiyahan, at iiyak, ngunit hindi lahat ng iyong luha.

Walang ibinibigay ang pagibig kundi ang kanyang sarili at walang tinatanggap kundi ang galing din sa kanya.

Ang pagibig ay hindi nang-aangkin at nagpapa-angkin ;

Sapagkat ang pagibig ay sasapat lamang sa pagibig.

Kapag ika'y umibig hindi mo dapat sabihing, "Ang Diyos ay nasa aking puso," kung hindi, "Ako ay nasa puso ng Diyos."

At 'wag **** isipin na kaya **** diktahan ang pagibig, 'pagkat ang pagibig, kung matantong ika'y karapat-dapat, ay ididikta sa iyo ang iyong landas.

Walang kagustuhan ang pagibig kung hindi tuparin ang kanyang sarili.

Ngunit kung ikaw ay umibig at mangailangan, maging ito ang iyong kailanganin:

Ang matunaw at umagos na parang batis na umaawit sa gabi.

Ang malaman ang sakit ng lubos na pagaaruga.

Ang masugatan sa iyong sariling kaalaman ng pagibig;

At masaktan ng kusang-loob at may ligaya.

Ang gumising sa bukang-liwayway ng may pusong kayang lumipad at magbigay pasasalamat sa isang bagong araw ng pagibig;

Ang magpahinga sa tanghali at magnilay sa sarap ng pagibig;

Ang umuwi sa hapon ng puno ng pasasalamat;

At matulog nang may panalangin para sa minamahal sa iyong puso at awit ng papuri sa iyong mga labi.

Sa Wakas

Ilang taon akong nabulag sa paniniwalang kailangan mo munang makaranas ng sakit bago mo makamit ang tunay na ligaya. Na ang bawat luha ay may katumbas na galak, na ang bawat gabi ng pighati ay may pangako ng isang masayang umaga.

Ilang taon akong nakipagsapalaran sa pagibig na mapagpanggap. Kaliwa't kanang kabitan, walang katapusang kasinungalingan. Pagibig na sa harap ng madla ay puno ng kilig at lambing. Ngunit sa ilalim ng mga yakap at mga halik ay ang mga pasa at sugat na dulot ng masasakit na salitang sing talim ng bagong hasang lanseta.

Ilang taon akong nasanay sa kalungkutan, walang kadaladala. Sugod ng sugod sa labang alam ko namang sa bandang dulo ay ako ang uuwing talunan. Pilit akong kumapit sa mga maling tao. O tamang tao sa maling pagkakataon. O sa akala ko'y tamang tao pero hindi naman ako gusto. Sakit no?

Ilang taon akong sumugal sa mga relasyong walang kasiguraduhan, sa pagibig na "pwede na", kahit alam ko sa sarili kong walang patutunguhan. Minsan nga kahit wala nang kakabit na emosyon basta lang may pantawid sa tawag ng laman pinapatos ko ng walang pagaalinlangan.

Ilang taon akong pansamantalang nakisilong sa iba't ibang tahanan. Na sa una'y buong puso ang pagtanggap ngunit sa bandang dulo ay walang habas din akong pinagtabuyan palabas.

Ilang taon? Hindi ko na mabilang. Hindi ko na mabilang kung ilang taon akong nagtapang tapangan na suungin ang mga tila panibago na namang disgrasyang maaari kong kaharapin sa proseso ng paghahanap ng tunay na ligaya. Isang pagibig na may pangako ng walang hanggan.

Hanggang sa... napagod na ako. Sa wakas, napagod na ako. Napagod na akong kwestyunin ang kalawakan sa kung bakit palagi na lang akong pumapalya sa pagibig. Napagod na akong magtiwala. Natakot na akong magtiwala. Natakot na akong buksang muli ang puso ko sa susunod na estrangherong magsasabing "hindi kita sasaktan, peksman mamatay man"

At Unti unti kong napagtanto na sa ilan taon kong paghahanap ay ako, ako ang nawala.

At nahanap mo ako.

Ikaw ang naging sagot sa bawat tandang panong na ibinato ko sa kalawakan sa loob ng maraming taon. Tinuldukan mo ang lumbay at ipinamukha sa akin na hindi ko kailangang masaktan para makamtan ang tunay na ligaya. Na kailanma'y hindi ako dapat lumuha dahil sa hinagpis. Hindi ka nangakong hindi mo ako sasaktan, ngunit ipinadama mo sa akin ang ang masarap **** pagaalaga. Pagaalagang hindi kailangan malaman ng iba para mapatunayan na bukal sa loob ang hangarin. Binigyan mo ako ng dahilan para muling magtiwala.

... Ng lakas na sayo ay kumapit at ipadama sayo ang init at gigil ng pagibig na ni minsan ay hindi ko naipadama sa sinoman. Binigyan mo ako ng pagasa... ng dahilan para muling maging matapang.

At ngayon, sa unang pagkakataon.

Buong tapang kong ipagsisigawan sa buong mundo na palangga ta ka. Na handa na ako sa pagsisimula ng isang bagong paglalakbay kasama mo mahal ko. At oo, oo ang naging sagot ko.

Pagmamahal

Sa pagibig....

Pwede kang magdala, o ikaw ang dadalhin

Pwedeng kang paasa, o ikaw ang paasahin

Pwede kang manggamit, o ikaw ang gagamitin

Pwede kang mabigo, bago mo sya bigoin

Bago magmahal, dapat bang handa ka?

Na Bago ka masaktan, kailangan ng anestesia, ano para manhid muna?

At dapat bang may pamunas? Bago ka lumuha?

Ahh, Bago pala ang lahat, ano ba magiging luma?

At Ganon ba ngayon pagnagmahal?

Para manalo ang taya, dapat **** isugal!

Pano kung lahat mo na ginawa? Kulang parin

Di ba masakit?

Kung Alam na nating masikip sa damdamin, pinipilit pang pagkasyahin

Lahat naman talaga pwede diba?

Tulad ng sinabi ko sa unang stanza

Pwede kayong dalaway magkatuloyan

Pwede ding tuluyan kang iwanan

Pwede ka nyang maalala, pwede ding kalimutan

Pwede ka rin nyang paalalahanan na wag mo na syang ligawan

Pero laging pakatatandaan....

Lahat ay nagtatagumpay lang kung naiiwasan ang kabiguan

Pero ako, di parin ako matatakot magmahal

Kasi alam kong darating ang araw di magtatagal

Na ang natagpuan ko man di sakin itinadhana,

May itinadhana para sakin na di ko pa natatagpuan

Dun ako naniniwala,

Ang puso ko di parin nakasara

hinihintay lang kita aking sinta

Hanggan sa panahon na tayoy magkita

Lahat ng pagtingin ko sayo na

Ngunit ngayon, sa paglipas ng panahon

Ang anyo ng pagibig ay nagbago, Lasa nagkaroon

Noong nanliligaw sobrang sweet,Naging bitter ng nabasted

Meron pa ngang iba, iba iba ang tinitikman ng di mo nababatid

Parang sa kape din, noon stick to one lang ang timplahan

Ngayon naimbento na ang 3 in 1

Parang tema ng pelikula din, noon may happy ending

Ngayon dapat happy lang walang ending

Noon ang poreber pinaniniwalaan

Ngayon ang poreber, walang ganyan

Tula ng Pagibig

Noon may pagibig na wagas

Ngayon ang pagibig nagwawakas

Kaya naaalala kita sa Noon at ngayon

Kasi,,,,

Noon, saksi ang langit,nagsumpaan tayo

Ngayon, dahil sa galit, sinusumpa mo na ako

Noon, ang nadarama natin masaya lang

Ngayon, ang nararamdaman natin masasayang lang

Noon, hawak hawak pa kita,Ngayon, bakit bumitaw ka na

Noon, andito ka pa, Ngayon, bakit anjan ka na

Di ko mawari ang pagibig kung itoy biyaya bakit masakit

kung gaano katamis noon, ngayon walang kasing pait

kung gano kainit noon, ngayon napakalamig

Kung gano ka kinikilig noon ,ngayon naging manhid

Kung gano tayo kalapit noon, malayong agwat ngayon

Kung gano tayo nagaalala noon, biglang nagkalimutan ngayon

Kung gano tayo kasaya noon, walang kasing lungkot ngayon

Pangako **** di ka magbabago noon, ngunit nagiba ka na pala ngayon

Kung Ano man ang meron noon, lahat yun nawala ngayon

Kanser Na Pagibig

Ba't di mapigilan 'tong nararamdaman

Kahit aking puso'y lubos ng sugatan

Punyal na tumarak dito sa 'king puso

Hinagpis ng dibdib na luha ay dugo.

Kaysakit isipin kung bakit ganito

Lungkot ay bumalot dito sa 'king mundo

Laking pagsisisi kung ba't ba nagawa

Lahat ng kamalian sa'yo oh! Sinta.

Sabihin man nila ako'y isang tanga

Puso'y di nagsisi ng piliin kita

Sa 'ting mga kaaway ipagtatanggol ka

Kahit buhay ko pa ang bawiin nila.

Ulan man o bagyo, aking tatahakin

Aking iniirog wag mainip sa'kin

Maghintay ka lamang tanging panalangin

Kanser na pagibig, dapat ba sa akin.

Pagibig, Kamusta?

Pagibig, kamusta?

Ang tagal na natin hindi naguusap,

sana okay ka lang at hindi nagdurusa.

Papayag ka bang makipagkita?

O nasaktan ka na ba ng sobra at hindi mo na kaya.

Alam ko may pangako tayo sa isa't isa,

at binalewala ko lang na parang basura!

Patawarin mo ako at binitwan kita.

Pero sa isang pagkakataon muli pwede ba tayong magkita?

Kaya sa oras na ito,

Ang tanong ko lang sa iyo ay kamusta?

Alam ko ako ang may kasalanan nitong lahat!

Pero aking sinta kailangan ko lng malaman okay ka pa ba na tayong maging dalawa?

Meron ba akong second chance na makukuha?

O ayaw mo na dahil hindi mo na kaya.

Kaya pagibig kamusta?

Sana okay ka lang at hindi nagdurusa...

Bitter

Pano maiwasang ibigin ka

Kung katumbas nito ay hindi ko pag hinga

Naramdaman ang pagibig na iyong pinadama

Sa mga salitang "ikaw lang sapat na"

Ngunit bakit biglang nagiba

Pagibig tila nag laho na

Iniwang naka lutang

Sa pagaakalang ikaw at ako ay may forever pa

Ngayon pagibig sayo ay di ko na saklaw

Kasi napagtantong mukha kang kalabaw

Sana balang araw, mahanap ang pagibig na hinahanap

Isang babaeng kapanga-pangarap

Sigaw Ng Pagibig Tulong!

Paulit-ulit na nagtatanong,

Palaging may binubulong,

Hanggang kailan ikukulong,

Huling sigaw ay tulong.

Puso't isip ko'y nasasaktan,

Kailan kaya kita makakakamtan,

Kailan kaya ang tamang panahon,

Kung saan ang pagibig nati'y aahon.

Hanggang sa huli ay ikaw,

Sa mga sandaling ninakaw,

Sa piling mo aking giliw,

Oras nati'y walang maliw.

"Torpe"

Agos ng pagmamahal na nadarama ay sadyang lumalagaslas
Halos hindi ko mapagtanto kung pagibig nga ba ito.
Hindi sa natatakot na akoy mabigo ngunit may nag mamayari
na ng iyong puso.

Ayokong mapalapit sayo sapagkat naiinlove ako ng todo.
isang masakit na kataga na pilit na winawaglit saking isipan,
kaibigan lang kita laging tinatandaan
pagibig ba nadama noo'y kinalimutan na
tanong sa may kapal bakit naging classmate pa kita.

Tiningnan ng palihim, sanay wag masamain.
pagibig na nadama hanggang pangarap nalang
talaga, sanay minsan maisip mo rin na
may nag mamahal sayo ng palihim.

torpe talaaga ako kahit anong sabihin.

kahit saang anggulo salain.

Paasa

Oo,napakatanga ko

kasi hanggang ngayon umaasa parin ako

umaasa ako na mamahalin mo rin ako

umaasa ako na ang tingin mo sa akin ay pwede pang mabago

Sa bawat luha ko,

ngingitian mo ako

sa bawat tingin ko,

papatulan mo

Kaya ito namang si tanga,

ngayon ay umaasa

umaasa sa pagibig niya

na sa totoo naman ay hindi niya makukuha

May umaasa kasi may paasa

hindi lahat pero madami

yun ang aking masasabi

at wala kayong magagawa

Pero seryoso,

hindi naman talaga ito para sa akin

ito ay para sa kaibigan kong ayaw magising sa katotohanan

alam niyang paasa pero hangang ngayon minamahal niya

Ito ay para sa kaibigan kong patuloy na umaasa. Sinubukas ko siyang pinigilan pero ayaw niya. Kahit siya na mismo nagsabi na kaya siya umaasa kasi paasa yung isa. Ewan ko basta suportahan ko na lang siya at alam naman niya na nandito ako sa bawat desisyon na gagawin niya

Ito Ba Ang Pagibig?

Nahanap ko na!

Nahanap ko na ang pagibig!

Ako'y sabik na sabik nung una.

Ako'y parang nakahanap ng ginto sa kalsada.

Gumawa ng mga pangako.

Para sa atin ay hindi susuko!

Nagplano para sa kinabukasan.

Lahat ng pinto sa puso'y binuksan!

Lumipas ang bawat oras, araw, at taon.

Tinanong ang sarili kung bakit naging ganon.

Mga pangako'y nasira,

Kinabukasan ay naging basura.

Nagiba ang ihip ng hangin.

Mistula ang taginit ay naging taglamig.

Liyab ng puso'y nawala.

Ako'y giniginaw na.

Mga pintuan ay sarado

Mga ilaw ay patay.

Nagdilim ang paningin.

At ako'y nahulog sa bangin.

Huling sabi sa sarili.

Ang puso ko'y sira na.

Ako'y nagsisi.

Ito pala ang pagibig.

"Ldr"

Ibubulong nalang sa hangin,ang bawat pagsumamo

Paano ba maipaparating, ang nadarama ng puso

lagi kitang inaalala malayo ka man sakin

Kelan ba tayo magkikita ang hangad nitong damdamin

Sa panaginip nalang makikita matutupad ang pangarap

Sa panaginip nalang ang pagsinta duun nalang magaganap

Mga pangako at sumpaan paano na matutupad

Walang kasiguraduhan kung saan ba mapapadpad

Tadhanang mapaglaro, magkalayo at di pinagtagpo

Ba't Sadyang mapagbiro kahit may lalim bawat pagsuyo

Dating hawak ang 'yong kamay, ngayon sa guni guni

Buhat ng ikaw ay mawalay, nasisilayan sa muni muni

Sinagot ma'y marami paring Katanungan

Lahat ba ng tanong? wala pa ring kasagutan

Kung may dulo ang daan, Saan ba ang hantungan

Kung ito'y may hangganan, Ano ba ang pupuntahan

Sa kapalarang magkatugma, kahit na isa kang dayuhan

Ng pagmamahalang mahiwaga , na tayo ay nagkaunawaan

Tunay nga na ang pagibig may isang diwa

Tayo'y Itinadhana, Magkaiba man ang ating pananalita

Andito lang ako, Malayo parin ang distansya,

Naghihintay sayo, Malapit nang mapuno ang Pasensya

Dito sa kaganapang di mapapaliwanag ng sihensya

Kung ba't ikaw, ikaw ang hinahanap ng konsensya

Kahit wala ka......

Di na makapaghintay sa panahon ng iyong pagbabalik

Pagkakataong tayo'y muling magkita, ako'y nananabik

Minsan pa sanay lumantay ang yakap mo't mga halik

Nang sana ang sigaw ko'y tuluyan nang matahimik

*Para sa mahal kong si Reina

Ngunit sana maunawaan nya ang tula ko.

Takot Ako

Hindi ako takot umibig pero takot ako sa'yo.

Hindi dahil sa ayoko sa'yo kun'di sa tingin ko'y hindi malabong magkagusto ako sa'yo. Hindi malabong hanap-hanapin ko ang gabing ito at ang magagandang kwento mo.

Hindi malabong hanap-hanapin ko ang boses mo—ang mga titig mo… baka masanay ako.

Hindi ako takot umibig pero takot makong mahulog.

Sapagkat paano mo iibigin ang taong estranghero? Kung sa unang gabi palang ng iyong pagkikita ay nahulog ka na.

Nahulog sa kwentuhang matagal, sa kanyang boses na hindi pagal.

Sa mga ngiting nang-aakit,

sa mga matang nakakahumaling,

sa kanya na hindi pa kilala pero pakiramdam ko matagal na kaming nagkita.

Takot ako sa dilim,

pero mas takot ako sa liwanag. Takot akong makita ang sarili kong kasama ka.

Baka kasi pag nasanay na ako sa liwanag ay bigla na lang itong mamatay hanggang sa unti-unting dumilim ang paligid ko at baka masanay ulit ako.

Masanay ako na maglakad na para bang nakapikit. Maglakad patungo sa palaisipang lugar na paikot-ikot lang ang daan.

Baka bigla nalang akong yakapin ng dilim sabay bulong sakin ng "tumigil ka na tanga!"

Baka biglang lumabas ang mga kaibigan ko sa dilim at masanay sila sa liwanag.

Baka multohin nila ako habang tirik ang araw at habulin ako sa kung saan.

Baka habang tumatakbo ako palayo ay mabulag ako sa liwanag na dulot mo at baka mabangga ako at muling mabuhay ang mga alaga kong paru-paro.

Hindi ako takot sa patay, pero takot ako sa buhay.

Takot akong mabuhay ang mga daga sa aking dibdib na matagal nang nanginginig sa lamig.

Takot akong matunaw ang mga yelo na matagal nang nakapulopot sa puso ko.

Takot akong matunaw ang mga ito at lunurin ako sa pag aakalang tunay ang mga nararamdaman ko.

Takot ako sa majikang dulot ng pagibig na nag bibigay buhay sa mga patay na kandilang dala-dala ko.

Takot akong maging maliwanag ang paligid ko at makita ang katotohanan ng mundo.

Takot akong makita na ang mundo natin ay iisa pero mas takot akong malaman na iba pala ang gusto **** kasama.

Hindi ako takot mag-isa,

pero takot akong kasama ka.

Takot akong makasama ang mga dati **** kasama— baka kasi kung ano'ng sabihin nila.

O kaya pag kasama mo sila at kapag madami na sila maramdaman ko ulit kung pa'no ang mag-isa.

Hindi ako takot sa luma, pero takot ako sa bago.

Sana kahit may dumating na bago,

walang magbago. Sana kahit mag mukha na akong antigo, wag mo

akong itago gaya ng mga nakalagay sa inyong aparador.

Hindi ako plato, kutsara o tinidor na gagamitin mo lang sa piling-

piling okasyon dahil wala ka nang ibang opsyon.

Sa piling-piling araw na kung saan ipapagamit mo lang sa kung sino-

sinong tao dahil yun lang ang silbi ko.

Takot ako

Takot ako

Natatakot akong mapalitan ng bago.

Takot ako

Takot ako

dahil lang meron bisitang darating kasabay ng pagtapon mo saakin.

Takot ako

Takot ako

Kasabay ng mga bago pang darating wag mo sana akong paglumain.

Hindi ako takot sa wakas pero takot ako sa simula.

Lahat kasi ng sinimulan ko parang laging may nakakapit na malas

lagi nalang gustong kumalas sa pagkakapit hanggang sa mag wakas.

Hindi kasi lahat ng wakas ay may kasunod na simula—

simula ng panibagong bukas.

Hindi ako takot sa sagot pero takot ako sa tanong.

Mahal mo na ba?

Mahal ka ba niya?

Takot akong masagot ang mga tanong ko ng "Oo" tapos sasabayan

mo ng "pero" sa dulo;

ng "Oo" na may preno ang tono kaya takot sa tanong

pero mas takot ako sa sagot.

Mahal na kita mahal mo rin ba ako?

Madami man akong kinakatakutan kung anu-ano nalang gaya ng ikaw,

liwanag,

buhay,

simula,

bago

at makasama ka— lahat ng ito'y hindi mahalaga iibigin kita kahit

anuman sabihin nila,

kahit hindi ako ang iyong mahal,

ang liwanag mo,

kahit iba na ang buhay mo,

kahit simula palang ng tulang ito ay takot na ako,

iibigin kita sa isip,

sa panaginip,

sa diwa,

sa mata,

sa tingin,

sa lambing,

matulog ka ng mahimbing

hanggang maubos ang kandilang minsang ikaw ang nagsindi kahit na

lahat ng ito ay walang silbi.

Gagawan kita ng puntod na mag sisilbing paalala

na minsan akong nagpakatanga sa pagibig.

Gagawan kita ng puntod at doon ko ibabaon lahat ng ito sa limot.

Iibigin kita habang nililibing ang 'yong alaala. Ililibing kita habang iniibig ko ang iyong alaala.

Mahal Kita, Pero Pagod Na Ako

Mahal,

Naalala mo pa ba yung mga panahon na puro ngiti at saya?

Mga araw na puno ng kwentuhan, asaran at tawanan

Na hindi ko malaman

Kung saan nanggaling ang mga iyan

Naalala mo pa ba kung paano ko lagyan ng ngiti ang iyong mga labi

At tila nilagyan ng bituin ang iyong mga mata?

Naalala mo pa ba kung paano mo sinabi sa akin na gusto mo ako?

Tila hindi ka pa nga sigurado sa nadarama mo

Naalala mo pa ba nung tinanong mo ako kung pwede bang manligaw?

Tila nanlumo ka pa nga sa sagot ko.

At hindi nagtagal, ay unti unti mo din binitawan ang salitang "Mahal kita. Mahal na mahal kita"

Dahil ako? Naalala ko pa

Naalala ko pa kung paano tayo nagkakilala

Kung paano sinabi sa akin ng kaibigan mo, na gusto mo ako

Kung paano mismo nanggaling sa bibig mo, na gusto mo nga ako

Kung paano ko binigkas ang salitang "Mahal din kita"

Kung paano mo unti unting binabawi ang salitang "Mahal kita"

Dahil sabi mo,

Sabi mo pagod ka na, ayaw mo na, sawa ka na

Kung paano ako nagpakatanga, habang tinutulak ka sa babaeng gusto mo

Habang sinasabing "Kung saan ka masaya, duon ako

Kahit masakit, kakayanin ko"

At naalala ko pa, kung paano mo sinabing "Patawad, mahal pa din kita.

Tinanggap kita.

Tinanggap ko lahat ng eksplenasyon at rason mo.

Lahat lahat, kahit ilang beses kong narinig na ang tanga ko

Dahil tinanggap kita, pero masisisi ba nila ako?

Masisisi ba nila ako kung mahal pa din kita?

Masisisi ba nila ako kung patuloy pa din akong umaasa na babalik yung tayo?

Hindi naman diba?

Kasi unang una sa lahat, hindi sila yung nagmahal

Hindi sila yung sinaktan at iniwan

Ilang gabi akong umiyak

Ilang gabi kong iniyakan ang paulit ulit na dahilan

Ilang beses akong nagpakatanga sa paulit ulit na rason

Ilang beses akong tinanong kung kaya ko pa ba?

Kung masaya pa ba ako?

Kung pagod na ba ako?

Hanggang saan yung kaya ko?

At duon ko natagpuan

Duon ko natagpuan ang sarili ko

Namamahinga sa pagitan ng "Mahal kita" at "Pagod na ako"

Pero mahal, masisisi mo ba ako kapag sinabi kong pagod na ako?

Masisisi mo ba ako kung sinabi ko sayong gusto kong magpahinga habang minamahal mo

Kung ang gusto ko lang ay ipadama mo ulit sa akin ang nadarama mo?

Kung ang gusto ko lang kalimutan ang sakit na dinulot mo?

Kung pagod na ako kakaisip sa salitang "kayo"?

Kung pagod na ako kakaiyak dahil parang siya pa din ang gusto mo?

Kung lagi kong naiisip na baka kaya mo ako binalikan, dahil hindi ka niya gusto?

Mahal, wag **** iisipin na ayoko na sayo

Wag **** iisipin na kaya ko gustong magpahinga dahil pagod na ako

Dahil tulad ng sabi mo, kung pagod na ako, magpahinga ako

Kasi mahal, gusto kong magpahinga

Para muling madama ang init ng pagibig

Na tila ba sa akin ay iyong ipinagkait Muling masulyapan ang mga matang

Tila ba hinahanap ako sa libo libong ta

Mahal, patawad.

Mahal kita, pero pagod na ak

Pero hindi ibigsabihin nito ay palayain mo ako

Ibig kong sabihin, ipaglaban mo naman ako.

Ipaglaban mo naman ako, dahil pagod na ako.

Nagmamahal at Minamahal

Araw na naman ng mga puso

Nakahanda na ang hukbo

ng mga damdaming nagsusumilakbo,

tila nag-aapoy na parang mga sulo.

Mga gimik na talaga namang pinaghandaan,

magkasamang pagsasaluhan

para mamaya'y may lambingan

sa ilalim ng mga tala at buwan.

Kay sarap sa pakiramdam

kapag alam **** may nariyan.

Hawak iyong kamay

habang kayo'y naglalakbay.

Mga mata'y nagtutugma

tanging ligaya ang nakikita.

Mga kaluluwang umaakma

sa hulmahan ng bawat isa.

Kahit mahirap tumaya

umaasa pa rin at naniniwala

na isang araw bigla na lang mawawala

pait na dala ng nakaraang kabanata.

Pero laging alalahanin

Na mas may higit na nagmamahal sa atin,

Na kailan man ay di tayo iiwan sa gitna ng labanan,

dahil pag-ibig Niya'y walang hanggan.

Kaya't huwag maiinggit at mag-ngitngit

dahil sa ati'y may umiibig ng sulit na sulit

Tunay na sa paningin Niya'y tayo ay kaakit-akit

At kahit na minsan hindi tayo ipagpapalit.

Bago pa natin hingin at iusal

una na Niya tayong minahal.

Ito ang pagibig na di nauutal

walang takot at di nangangatal.

Patuloy lang sa pagmagmahal,

dahil ang pusong umiibig ng bukal

di kumukupas kailan man

kahit ilang araw at buwan pa ang dumaan.

Hindi Lang Saging ang may puso
(Himing ng Gitara)

Saging lang ang may puso,

Yan ang sabi nila kasi uso,

Dahil san man sila naroon,

Akala nila ganoon,

Ngunit hindi lang saging ang may Puso,

Meron din naman ako ngunit ito'y alay ko sayo,

Mawalan man ako ng puso kong ito,

Ayos lang basta't para sayo.

Basta't para sayo,

Yan ang katorpehang nasabi ko sa kanto,

Dahil sinayang mo ang puso kong ito,

Ngayo'y ganid at parang bato.

Parang bato,

Ngunit puso ng saging to,

Tula ng Pagibig

Ano ba to?

Bat parang nakakalito?,

Nakakalito kasi di sunod sa uso,

Parang kantang sintonado,

Sakit sa ulo,

Nakakaloko.

Nakakaloko pala ang pagibig,

Na sayang lang laway ko sa bibig,

Nang ika'y awitan ng kantang pagibig,

Dahil gusto mo marinig ang kantang himig.

Di Magsisisi

May diskusyon na galing sa nakaraan
tungkol sa pagsisisi sa naganap na hiwalayan
ang higit na pagmamahal ay sadyang maparaan
nagbalik itong muli ng di namamalayan

kung sa hinaharap ay walang kasiguraduhan
bubusugin kita ng pagibig sa kasalukuyan
at kung tayo at panahon ay magkasubukan
hihintayin kita upang sa dulo'y magkatuluyan

ang pagulit sa kawangis ng kahapon ay ligaya
ito ang dahilan sa sarap ng muling pagsasama
huwag maglilikot pagka't di na magagaya
ang inayos na daan papunta sa iisang kama

sa di mapigilang kabaliwan at kalokohan

sa dalas **** maubos ang aking pisi

at kahit hirap sa pagsunod sa aking kagustuhan

ikaw pa rin ang pipiliin at di magsisisi ♥

Iibang beses na ba?

Ilang beses na ba akong ngumiti ng magisa

habang iniisip ko ang mga panahong kasama kita

ilang beses na ba akong umiyak sa aking kwarto

habang tinitiis ko ang sakit at pighati sa aking puso

ilang beses na ba ako umiling

upang mawala ang alaala mo saking isip

ilang beses na ba ako nagbuntong hininga

upang mailabas ang lungkot na aking nadarama

ilang beses na ba akong nagsulat ng liham

na hindi ko naman naibigay kahit kailan

Tula ng Pagibig

ilang beses na ba akong gumawa ng tula

tungkol sa pagibig na di ko naman maipadama

ilang beses ko na bang binulong sa hangin

na mahal kita,

na mahal kita kahit magisa lamang akong umiibig*

About the Author

Ms.LovelyPrincess

Sheena Kate Tolentino Nonato is a 2nd year college taking bachelor's degree in computer science. She loves writing all day and creating stories in her mind. She also known Lovely_PrincessKate in watt pad. She loves to write one shot stories and short stories in the genre of romance, sad romance, comedy until now she is finished her first novel Queen of All is a part of action romance novel He is currently working as an Assistant Professor of History of the University of the Philippines in one of its campuses in Tacloban City, Leyte. Philippines.

Email: felinojrgarcia@gmail.com

www.ingramcontent.com/pod-product-compliance
Lightning Source LLC
LaVergne TN
LVHW041555070526
838199LV00046B/1975